AF284818

Impressum
Verlag: BABADADA GmbH, Nedderfeld 112 , 22529 Hamburg
Geschäftsführer / Verlagsleitung: Harald Hof
Druck: Books on Demand GmbH, In de Tarpen 42, 22848 Norderstedt

Imprint
Publisher: BABADADA GmbH, Nedderfeld 112 , 22529 Hamburg, Germany
Managing Director / Publishing direction: Harald Hof
Print: Books on Demand GmbH, In de Tarpen 42, 22848 Norderstedt

shule

scol

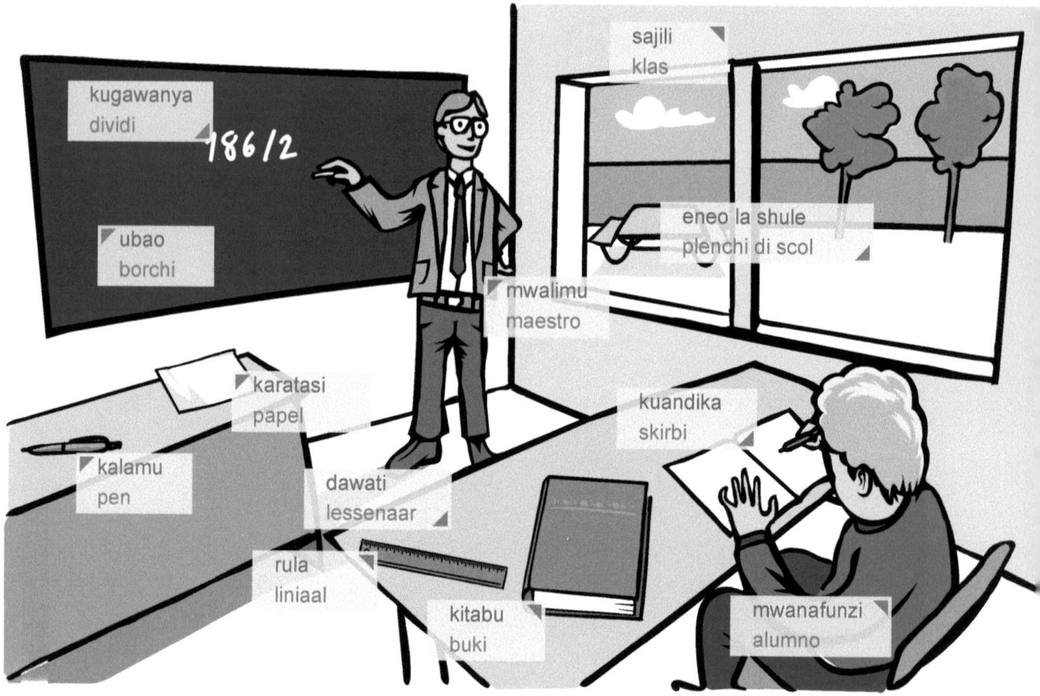
sajili
klas
kugawanya
dividi
186/2
ubao
borchi
eneo la shule
plenchi di scol
mwalimu
maestro
karatasi
papel
kuandika
skirbi
kalamu
pen
dawati
lessenaar
rula
liniaal
kitabu
buki
mwanafunzi
alumno

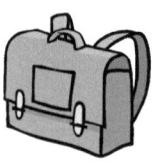

mkoba

tas di scol

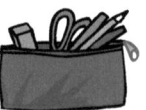

kikasha cha penseli

etui

penseli

potlood

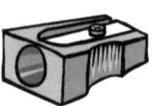

kichonga penseli

slijper

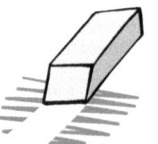

mpira

gum

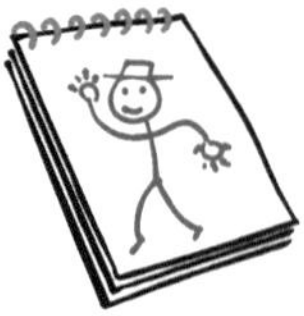

pedi ya kuchora

buki di pinta

uchoraji

pintura

brashi ya rangi

cuashi

sanduku la rangi

caha di verf

mkasi

sker

gundi

lijm

daftari

schrift

kazi ya nyumbani

huiswerk

nambari

number

jumlisha

suma

ondoa

kita

zidisha

multiplica

kokotoa

conta

barua

letter

alfabeti

alfabet

neno

palabra

maandishi
texto

kusoma
lesa

chaki
krijt

somo
les

sajili
klassenboek

uchunguzi
examen

cheti
diploma

sare za shule
uniform di scol

elimu
estudio

elezo
enciclopedia

chuo kikuu
universidad

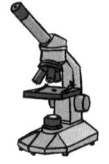

darubini
microscop

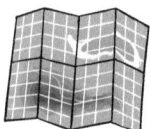

ramani
mapa

kikapu cha kuweka karatasi chafu
bari di sushi

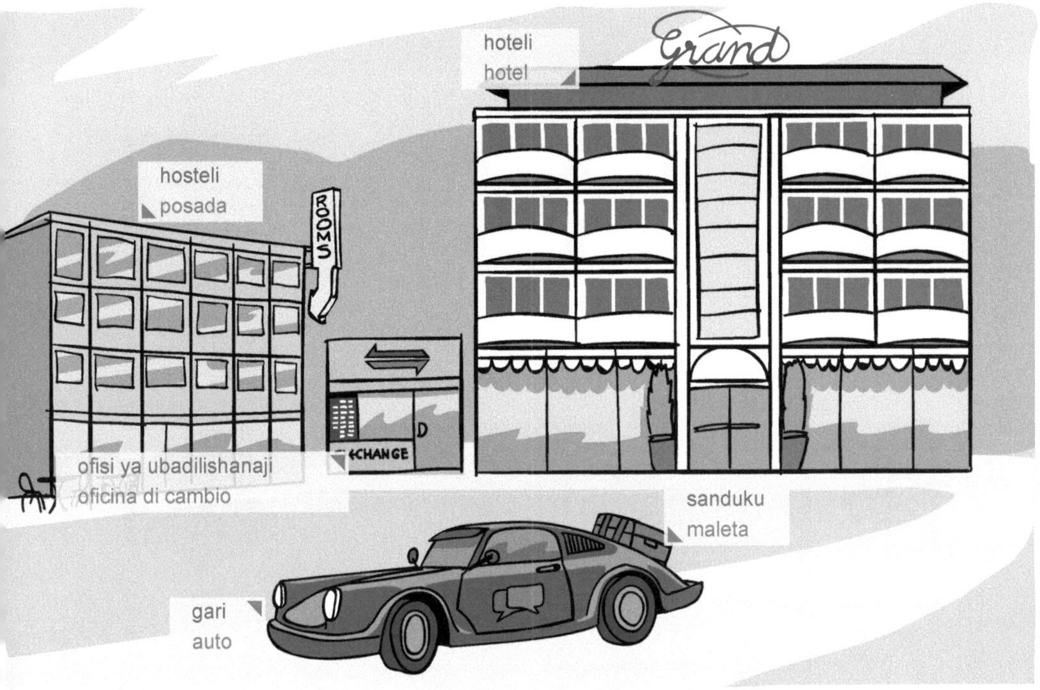

hoteli
hotel
Grand
hosteli
posada
ROOMS
EXCHANGE
ofisi ya ubadilishanaji
oficina di cambio
sanduku
maleta
gari
auto

lugha
idioma

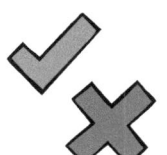

ndiyo / la
si / no

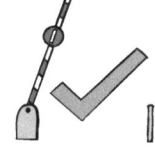

sawa
bon

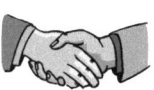

hujambo
hallo

mtafsiri
tolk

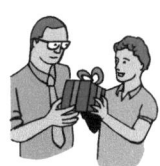

Asante
masha danki

kiasi gani ni ...?

Cuanto esaki ta costa?

Sielewi

Mi no ta compronde

tatizo

problema

Jioni njema!

bon nochi

Habari za asubuhi!

Bon dia!

Usiku mwema!

Bon nochi!

kwa heri

ayo

mwelekeo

direccion

mizigo

maleta

mfuko

handbag

shanta

rugtas

mgeni

huesped

chumba

camber

begi la kulalia

slaapzak

hema

tent

taarifa ya utalii

informacion pa turista

ufuo

lama

kadi

credit card

kifunguakinywa

desayuno

chakula cha mchana

cuminda di merdia

chakula cha jioni

cuminda di anochi

tiketi

carchi

kuinua

cabe'i boto

muhuri

stampia

mpaka

grens

mila

duana

ubalozi

embahada

visa

visa

pasipoti

paspoort

usafiri
transport

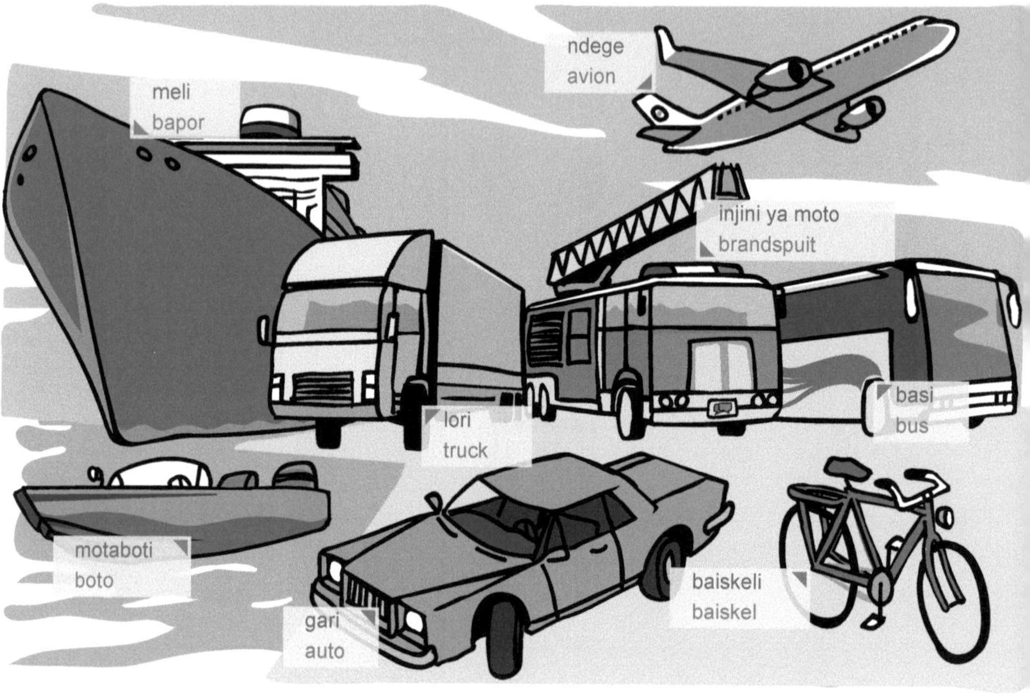
ndege
avion
meli
bapor
injini ya moto
brandspuit
basi
bus
lori
truck
motaboti
boto
baiskeli
baiskel
gari
auto

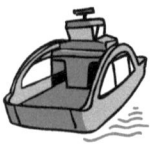

feri
ferry

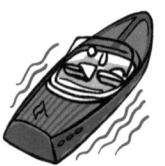

mashua
boto

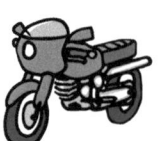

pikipiki
brommer

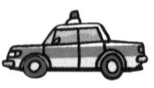

gari la polisi
auto di polis

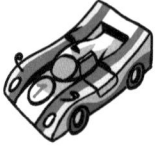

gari la mashindano
auto di careda

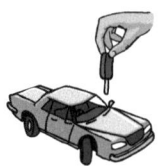

gari la kukodisha
auto di huur

kushiriki gari

car sharing

lori la kuvuta

takelwagen

ukusanyaji taka

dump truck

motor

motor

mafuta

gasolin

kituo cha mafuta

pomp di gasolin

ishara trafiki

borchi di trafico

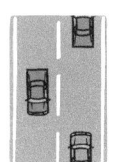

trafiki

trafico

msongamano

fila

maegesho

parkeerplaats

kituo cha treni

stacion di trein

reli

riel

garimoshi

trein

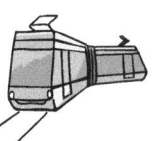

tremu

tram

gari la mizigo

wagon

helikopta
helicopter

uwanja wa ndege
aeropuerto

mnara
toren

abiria
pasahero

chombo
container

katoni
caha di carton

mkokoteni
garoshi

kikapu
macutu

ondoka
lanta / baha

jiji

ciudad

kijiji
pueblo

katikati ya jiji
centro di ciudad

nyumba
cas

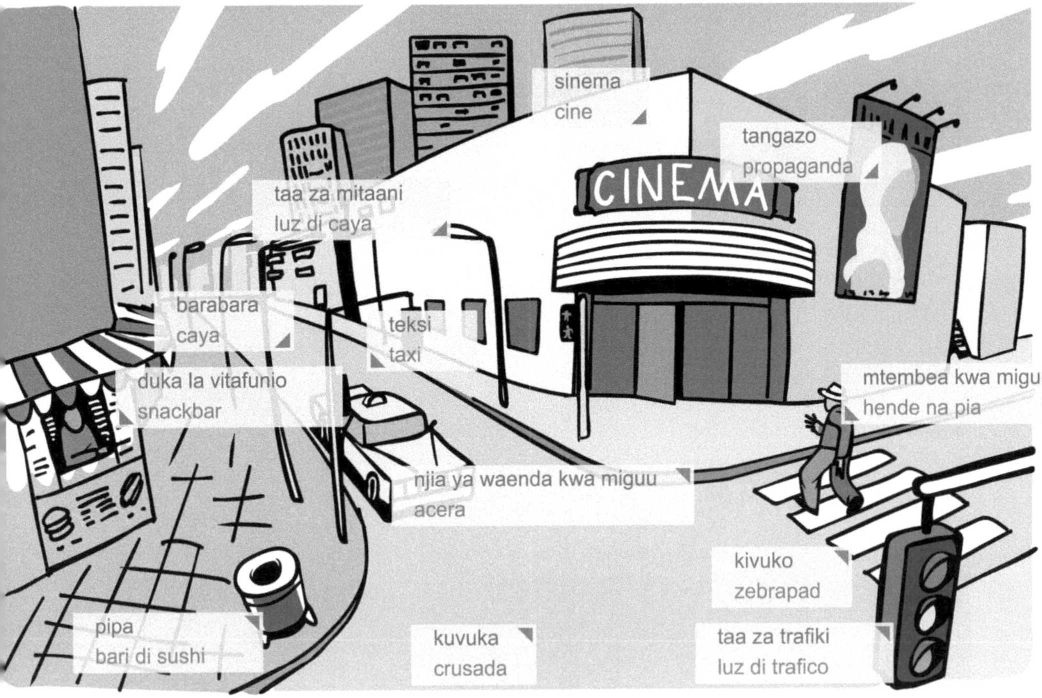

sinema
cine

tangazo
propaganda

taa za mitaani
luz di caya

CINEMA

barabara
caya

teksi
taxi

duka la vitafunio
snackbar

mtembea kwa miguu
hende na pia

njia ya waenda kwa miguu
acera

kivuko
zebrapad

pipa
bari di sushi

kuvuka
crusada

taa za trafiki
luz di trafico

kibanda

hut

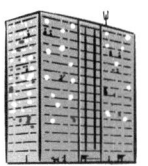

gorofa

flat

kituo cha treni

stacion di trein

ukumbi wa mji

stadhuis

Makavazi

museo

shule

scol

chuo kikuu

universidad

benki

banco

hospitali

hospital

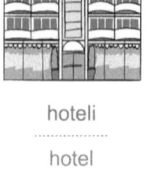

hoteli

hotel

duka la dawa

botica

ofisi

oficina

duka la kitabu

boekhandel

duka

tienda

duka la maua

floresteria

dukakuu

supermarket

soko

mercado

idara ya kuhifadhi

department store

mwuza samaki

bendedo di pisca

kituo cha ununuzi

shopping center

bandari

haf

12   jiji - ciudad

Hifadhi

park

benki

banki

daraja

brug

vidato

trapi

chini ya ardhi

metro

handaki

tunnel

kituo cha mabasi

parada di bus

bar

bar

mgahawa

restaurant

sanduku la posta

postbox

ishara ya barabara

borchi di nomber di caya

mita ya maegesho

parkeermeter

bustani ya wanyama

parke di bestia

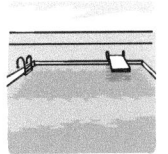

kidimbwi cha kuogelea

piscina

msikiti

moskee

shamba

cunucu

uchafuzi

polucion

makaburini

santana

kanisa

misa

uwanja wa michezo

speelplaats

hekalu

tempel

mazingira

paisahe

jani
blachi

ishara ya mwelekeo
borchi di direccion

njia
caminda

malisho
sabana

jiwe
piedra

mtembeaji wa masafa
keirodo

mti
palo

mto
riu

nyasi
yerba

ua
flor

bonde
vallei

kilima
sero

ziwa
lago

msitu
mondi

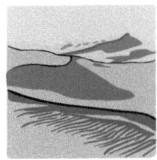

jangwa
desierto

volkano
volcan

ngome
kasteel

upinde wa mvua
arco iris

uyoga
paddenstoel

mtende
palma

mbu
sangura

kuruka
musca

chungu
vruminga

nyuki
bij

buibui
haraña

mende

tor

chura

dori

kuchakuro

eekhoorn

nungunungu

porcospina

sungura

coneu

bundi

shoco

ndege

parha

swan

zwaan

nguruwe mwitu

porco di mondi

kulungu

bina

aina ya kongoni

eland

bwawa

dam

tabo ya upepo

molina di biento

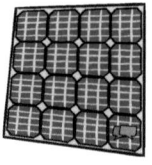

nishaji ya jua

panel solar

hali ya hewa

clima

mgahawa
restaurant

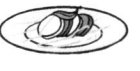

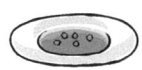

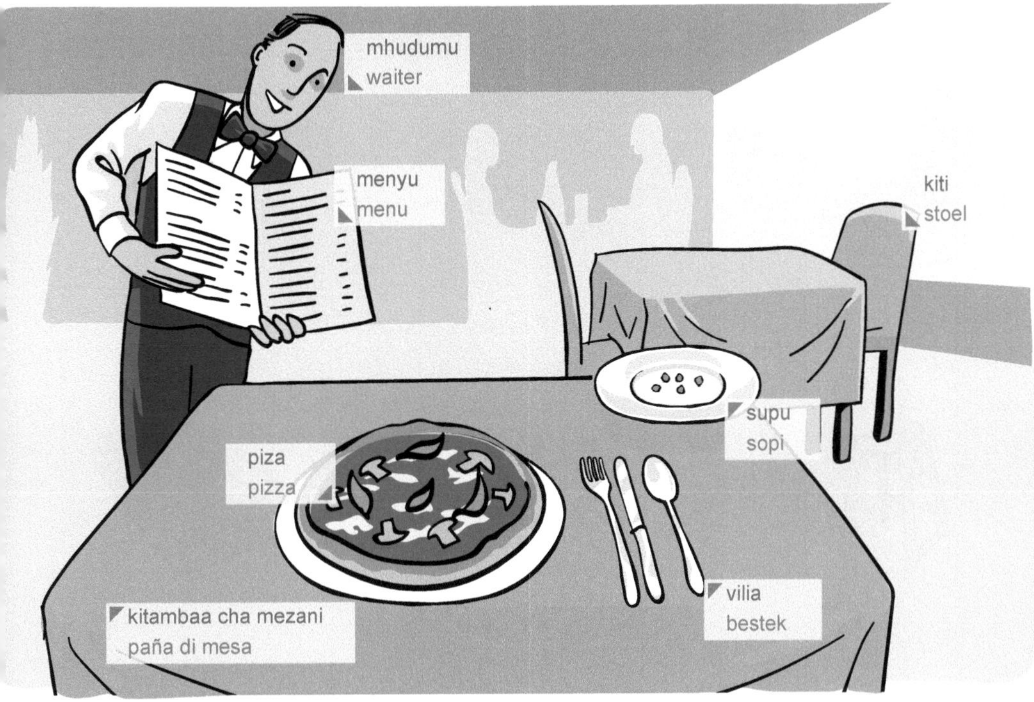

mhudumu
waiter
menyu
menu
kiti
stoel
supu
sopi
piza
pizza
vilia
bestek
kitambaa cha mezani
paña di mesa

kiamsha hamu

aperitivo

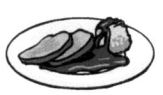

kozi kuu

cuminda principal

kitindamlo

dessert

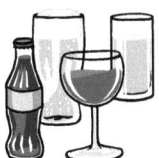

vinywaji

bebida

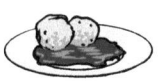

chakula

cuminda

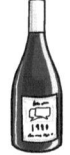

chupa

boter

chakula cha haraka

fastfood

Streetfood

streetfood

buli

canica di te

kisanduku cha sukari

pochi di sucu

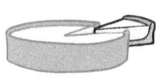

sehemu

porcion

mashine ya espresso

espressomachine

kiti kirefu

stoel di mucha

muswada

cuenta

trei

hasechi

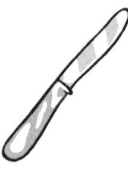

kisu

cuchiu

uma

forki

kijiko

cuchara

kijiko cha chai

telep

nepi

napkin

glasi

glas

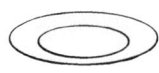

sahani

tayo

sahani ya supu

tayo di sopi

sufuria

scoter

mchuzi

saus

kichanyaji chumvi

pochi di salo

kinu cha pilipili

mulina di peper

siki

binager

mafuta

azeta

viungo

specerij

kechapu

ketchup

haradali

mosterd

kachumbari nzito

mayonaise

dukakuu

supermarket

ofa maalum
oferta special
FOR
mteja
cliente
maziwa
producto lacteo
matunda
fruta
toroli
garoshi di compra

BUTCHERS

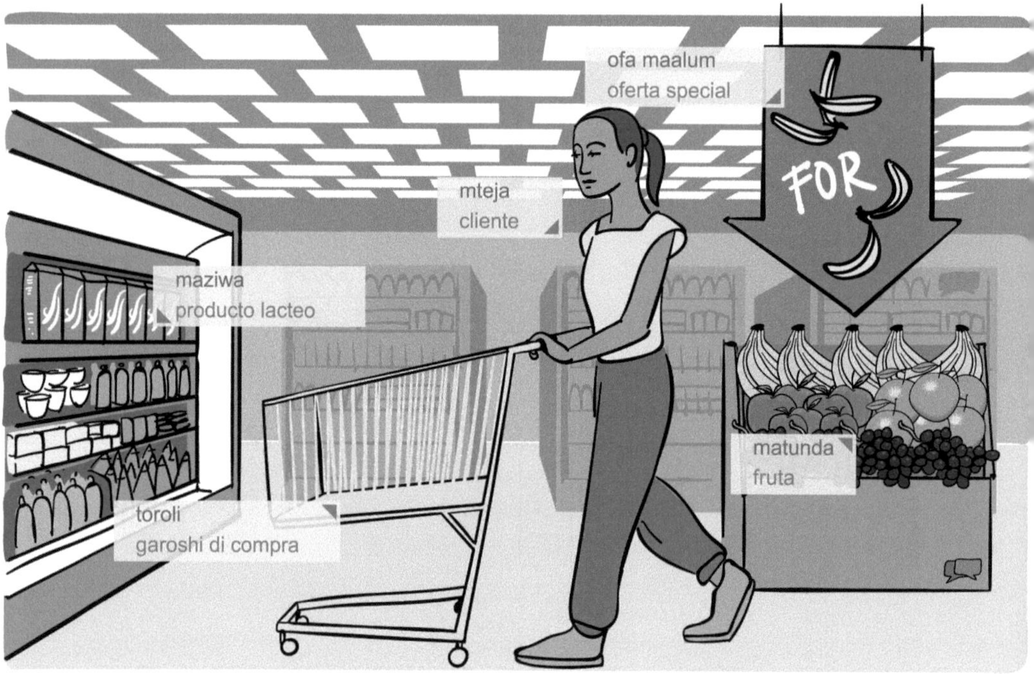

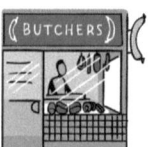

mchinjaji

carniceria

BAKERY

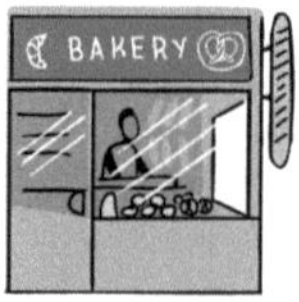

mwokaji

panaderia

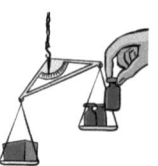

uzito

pisa

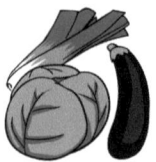

mboga

berdura

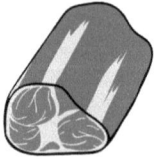

nyama

carni

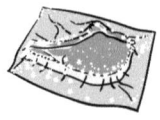

chakula waliohifadhiwa

frozen food

vipande vya nyama baridi

beleg di carni

chakula cha kopo

cuminda di bleki

sabuni ya unga

detergente na puiro

pipi

mangel

bidhaa za kaya

producto pa cas

bidhaa za kusafisha

articulo di limpiesa

mtu mauzo

bendedo

mpaka

cahero

keshia

cahero

orodha ya manunuzi

lista di compra

masaa ya ufunguzi

orario

mkoba

cartera

kadi

credit card

mfuko

tas

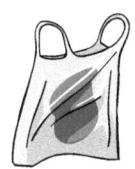

mfuko wa plastiki

saco di plastic

vinywaji
bebida

maji

awa

sharubati

juice

maziwa

lechi

coke

cola

mvinyo

biña

bia

cerbes

pombe

alcohol

kakao

chocomel

chai

te

kahawa

koffie

spreso

espresso

kapuchino

cappuccino

ndizi

bacoba

tufaha

appel

machungwa

apelsina

tikiti

milon

lemon

lamunchi

karoti

wortel

kitunguu saumu

conoflok

mianzi

bambu

kitunguu

siboyo

uyoga

mushroom

karanga

noot

nudo

pasta

spageti

spaghetti

mpunga

aros

saladi

salada

vibanzi

batata hasa

viazi vya kukaanga

batata hasa

piza

pizza

hambaga

hamburger

sandwichi

sandwich

kipande

cutlet

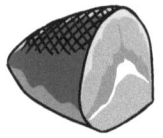

paja la mnyama

ham

salami

salami

soseji

soseishi

kuku

galiña

choma

hasa

samaki

pisca

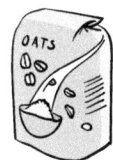

oats ya uji
papa

muesli
müsli

cornflakes
cornflakes

unga
hariña

kroisanti
croissant

andazi
pan rondo

mkate
pan

mkate wa kubanika
toast

biskuti
cuki

siagi
manteca

maziwa mgando
kwark

keki
bolo

yai
webo

yai kukaanga
webo hasa

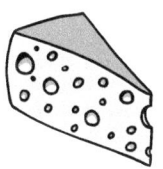

jibini
keshi

aiskrimu

ijscream

sukari

sucu

asali

honing

jemu

jam

kuenea kwa chokoleti

pasta di chuculati

mchuzi wa viungo

curry

shamba
cunucu

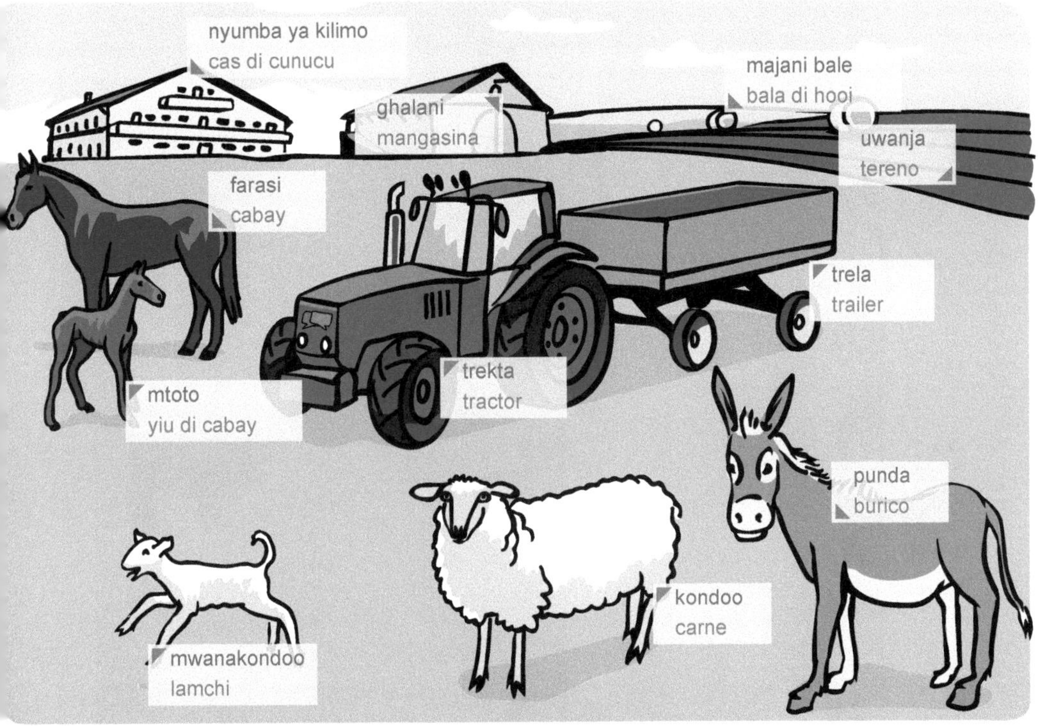
nyumba ya kilimo
cas di cunucu
ghalani
mangasina
majani bale
bala di hooi
uwanja
tereno
farasi
cabay
trela
trailer
trekta
tractor
mtoto
yiu di cabay
punda
burico
kondoo
carne
mwanakondoo
lamchi

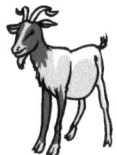

mbuzi
cabrito

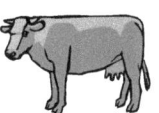

ng'ombe
baca

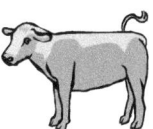

ndama
bishe

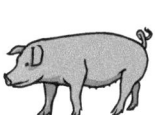

nguruwe
porco

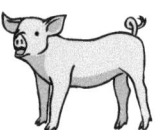

mwananguruwe
yiu di porco

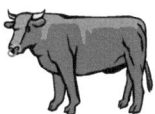

fahali
toro

batabukini

gans

bata

pato

kifaranga

puyito

kuku

galiña

jogoo

gay

panya

djaca

paka

pushi

panya

raton

ng'ombe

toro

mbwa

cacho

nyumba ya mbwa

cas di cacho

bomba la bustani

slang pa muha mata

debe la kumwagilia maji

gieter

fyekeo

herment pa corta yerbe

kulima

ploeg

mundu

garabati

jembe

chapi

uma wa nyasi

forki pa coy hooi

shoka

hacha

toroli

garetia

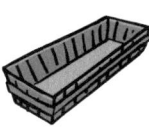

kupitia nyimbo

pesebre

chombo cha maziwa

canica di lechi

gunia

saco

ua

heki

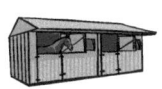

imara

stal

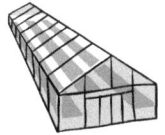

chafu

greenhouse

udongo

suela

mbegu

simia

mbolea

mest

kivunaji

mashin di cosecha

mavuno
cosecha

mavuno
cosecha

viazi vikuu
yams

ngano
trigo

soya
soya

viazi
batata

mahindi
maishi

rapa
canola

mti wa matunda
palo di fruta

muhogo
yuca

nafaka
grano

jikoni
cushina

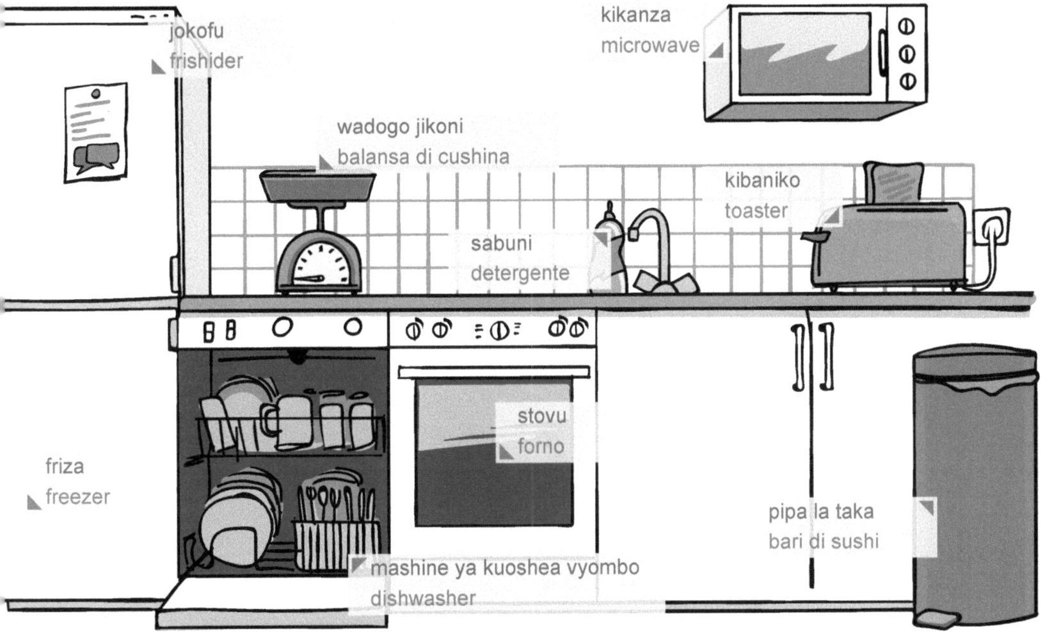
jokofu
frishider
kikanza
microwave
wadogo jikoni
balansa di cushina
kibaniko
toaster
sabuni
detergente
stovu
forno
friza
freezer
pipa la taka
bari di sushi
mashine ya kuoshea vyombo
dishwasher

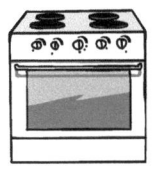

jiko la kupika

stoof

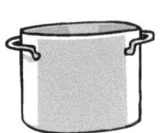

chungu

wea

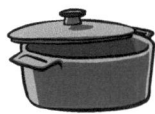

sufuria ya chuma

wea di hero

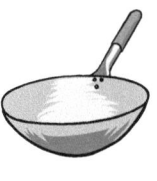

wok / kadai

wok

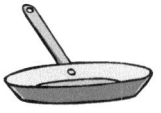

kaango

planchi

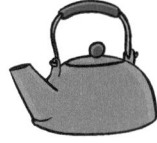

birika

ketel

stima

steamer

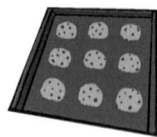

sinia ya kuoka

teblachi pa horna

vyombo vya udongo

servies

kombe

beker

bakuli

conchi

vijiti vya kulia

chopstick

ukawa

cuchara di sopi

mwiko mpana

spatula

burashi

garde

kichujio

scurido

chujio

colado

mbuzi

raspa

chokaa

fenso

barbeque

barbecue

moto wazi

candela

ubao wa majaribio

planki pa corta

kijiti cha kusukuma unga

rostok

kizibuo

kurkentrek

kopo

bleki

inaweza kopo

cos di habri bleki

kishikio cha chungu

pannenlap

karo

wasbak

brashi

skeiro

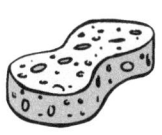

sifongo

spons

kisagaji matunda

blender

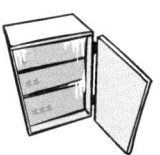

friji ya kina

freezer

chupa ya mtoto

tetero

bomba

cranchi

bafu
baño

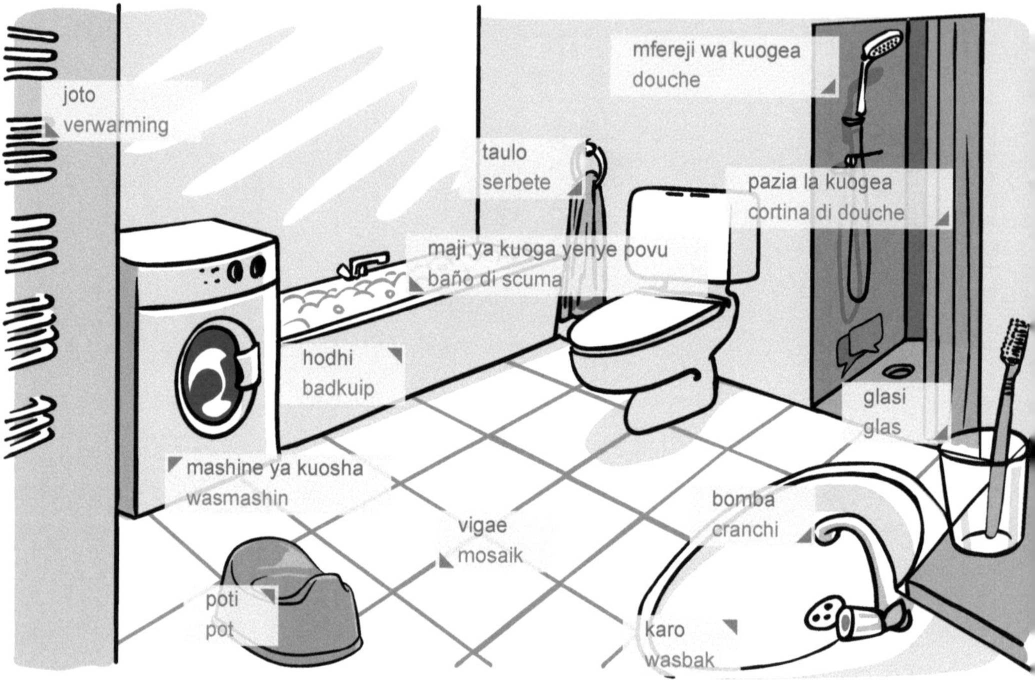

joto
verwarming
taulo
serbete
mfereji wa kuogea
douche
pazia la kuogea
cortina di douche
maji ya kuoga yenye povu
baño di scuma
hodhi
badkuip
glasi
glas
mashine ya kuosha
wasmashin
bomba
cranchi
vigae
mosaik
poti
pot
karo
wasbak

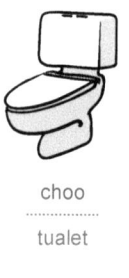

choo
tualet

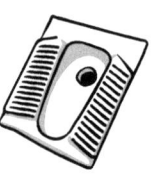

choo cha squat
hurktoilet

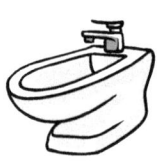

beseni la mviringo
bidet

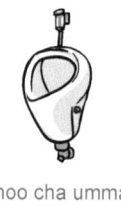

choo cha umma
urinal

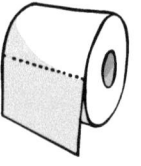

shashi
papel di w.c.

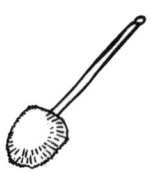

brashi ya choo
skeiro di w.c.

mswaki

skeiro di djente

dawa ya meno

pasta di djente

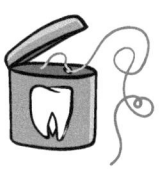

dawa ya meno

dental floss

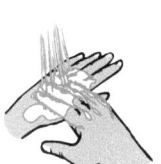

safisha

laba

kuoga mkono

douche di man

msukumo wa maji

bidet

bonde

tobo

mpako wa pili

skeiro

sabuni

habon

jeli ya kuogea

shower gel

shampuu

shampoo

flana

washandje

toa maji

drain

krimu

crema

kiondoa harufu

desodorante

kioo

spiel

kioo mkono

spiel di man

kinyozi

blet

povu la kunyoa

shaving foam

baada ya kunyoa

aftershave

kichana

peña

brashi

skeiro

kikausha nywele

blower

marashi ya nyewele

spray pa cabey

vipodozi

makeup

kidomwa

lipstick

varnish ya msumari

cos di pinta huña

pamba

catuna

mkasi wa kucha

sker pa corta huña

manukato

perfume

mkoba wa kuosha
tas

kinyesi
kruk

mizani
balansa

nguo ya kuoga
bata

glavu za mpira
handschoen

kisodo
tampon

sodo
kotex

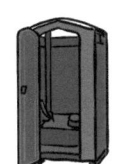

kemikali choo
wc kimico

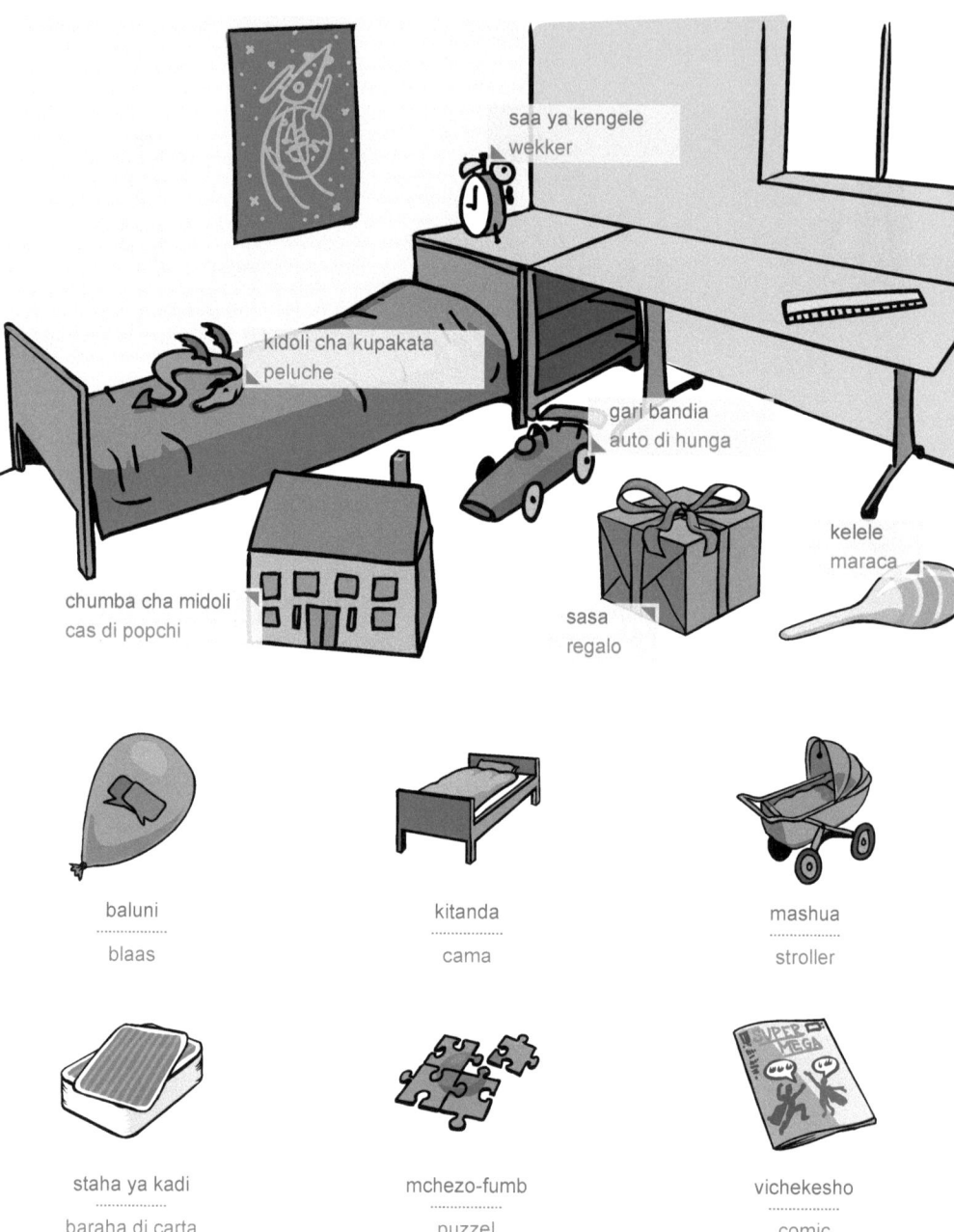

saa ya kengele
wekker

kidoli cha kupakata
peluche

gari bandia
auto di hunga

kelele
maraca

chumba cha midoli
cas di popchi

sasa
regalo

baluni
blaas

kitanda
cama

mashua
stroller

staha ya kadi
baraha di carta

mchezo-fumb
puzzel

vichekesho
comic

matofali lego

lego

vitalu mwigo

bloki di hunga

hatua takwimu

figura di accion

suti ya kulalia

romper

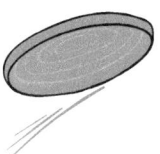

kisahani

frisbee

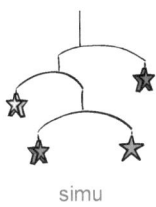

simu

mobil

ubao wa michezo

wega di mesa

kete

dou

garimoshi mwigo

set di trein

dummy

chupon

chama

fiesta

picha kitabu

buki di prenchi

mpira

bala

kikaragosi

popchi

kucheza

hunga

shimo la mchanga
....
zandbak

bembea
....
zoya

vitu bandia
....
cos di hunga

kiweko cha video ya mchezo
....
videogame

baiskeli ya magurudumu
....
tricycle

matatu

mwanasesere
....
beer

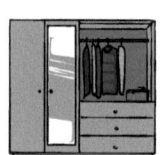

kabati
....
cashi di paña

nguo

paña

soksi
....
mea

stokingi
....
mea

kibano
....
pantyhose

skafu
sjaal

ukanda
faha

mwavuli
paraplu

fulana
T-shirt

viatu
boots

ndara
slof

wakufunzi
keds

malapa
sandalia

viatu
sapato

mabuti ya mpira
laars di rubber

suruali ya ndani
carsonsio

sidiria
bh

fulana
flanel

mwili

body

suruali

carson

dangirizi

jeans

sketi

saya

blauzi

blusa

shati

camisa

vuta

sweater

sweta

sweater

bleza

blazer

jaketi

jacket

koti

jas

koti la mvua

regenjas

maleba

flus

gauni

shimis

mavazi ya harusi

shimis di bruid

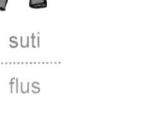

suti

flus

vazi la usiku

yapon

pajama

pidjama

sari

sari

skafu

lenso di cabes

kilemba

turban

burka

burqa

kaftan

kaftan

abaya

abaya

vazl la kuogelea

zwempak

vazi la kiume la kuogelea

zwembroek

kaptura

carson cortico

teitei

trainingspak

aproni

lantera

glavu

handschoen

kifungo

boton

glasi

bril

bangili

armband

mkufu

cadena

pete

renchi

herini

renchi di horea

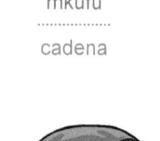

kofia

pechi

kiango cha koti

kapstok

kofia

sombre

tai

dashi

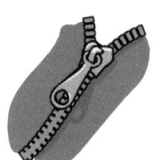

zipu

ziper

kofia

helm

kanda za suruali

guiel

sare za shule

uniform di scol

sare

uniform

bibu
....
babado

dummy
....
chupon

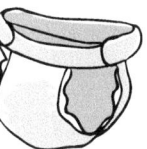

nepi
....
bruki

ofisi
oficina

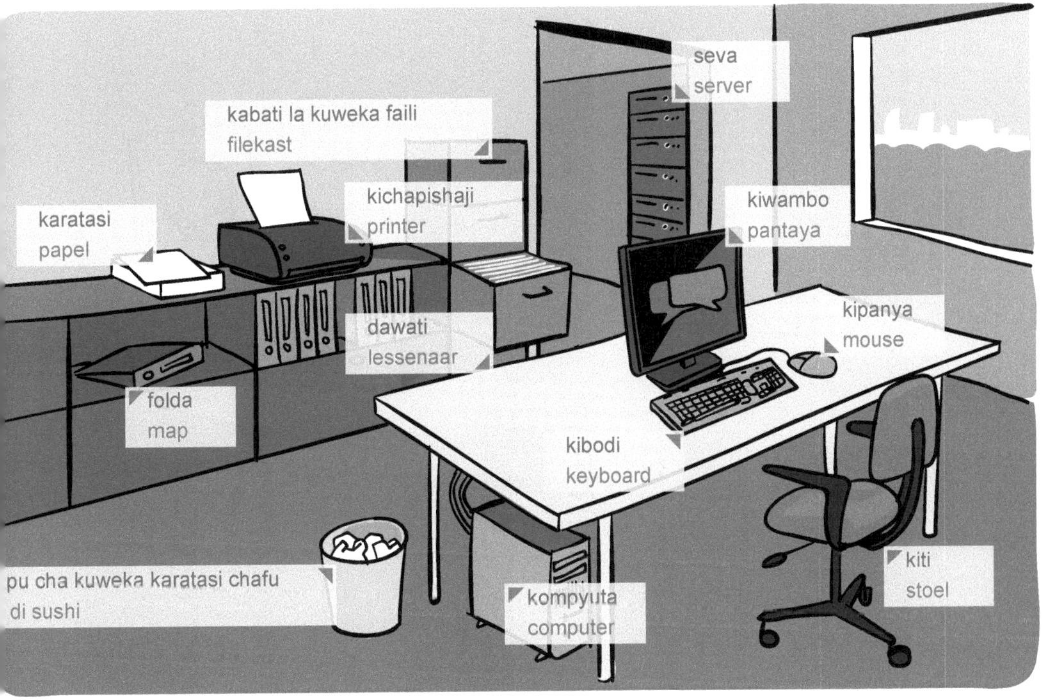

karatasi
papel

kabati la kuweka faili
filekast

kichapishaji
printer

seva
server

kiwambo
pantaya

kipanya
mouse

dawati
lessenaar

folda
map

kibodi
keyboard

kiti
stoel

pu cha kuweka karatasi chafu
di sushi

kompyuta
computer

kmobe la kahawa
....
copi pa bebe koffie

kikokotoo
....
calculator

biashara
....
internet

mbali
laptop

barua
carta

ujumbe
mensahe

rununu
celular

intaneti
red

fotokopia
mashin di copia

programu
software

simu
telefon

soketi
stopcontact

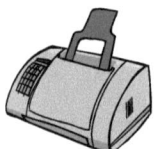

kipepesi
fax mashin

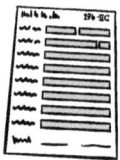

fomu
formulario

hati
documento

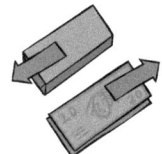

kununua
....
cumpra

kulipa
....
paga

biashara
....
negosha

fedha
....
placa

dola
....
dollar

yuro
....
euro

yeni
....
yen

rouble
....
roebel

faranga ya Uswisi
....
frank suiso

renminbi yuan
....
yuan renminbi

rupia
....
roepi

eneo la kulipia
....
bancomatico

ofisi ya ubadilishanaji

oficina di cambio

dhahabu

oro

fedha

plata

mafuta

azeta

nishati

energia

bei

prijs

mkataba

contract

kodi

impuesto

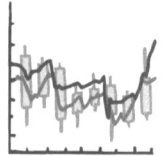

bidhaa

share

kazi

traha

mfanyakazi

empleado

mwajiri

dunado di trabou

kiwanda

fabrica

duka

tienda

kazi

ofishi / profesion

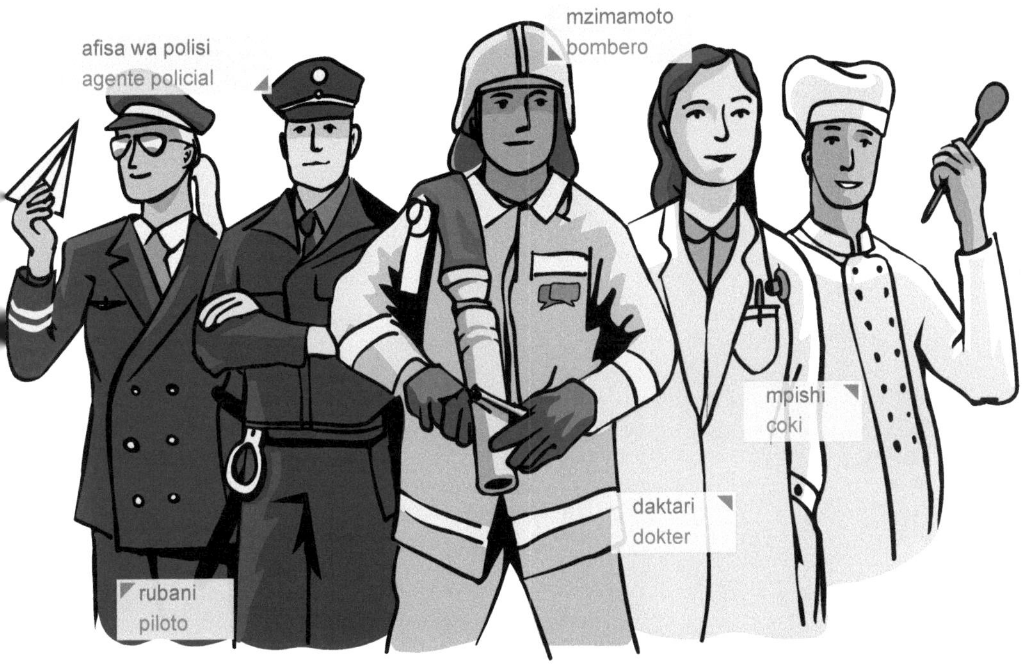

mzimamoto
bombero
afisa wa polisi
agente policial
mpishi
coki
daktari
dokter
rubani
piloto

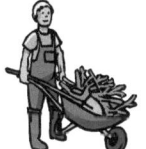

mtunza bustani

hardinero

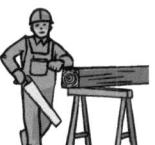

seremala

carpinte

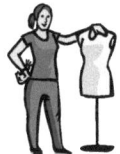

mshonaji

cosedo

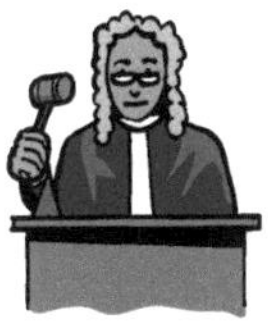

hakimu

hues

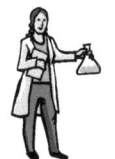

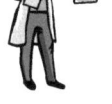

mwanakemia

kimico

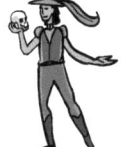

muigizaji

actor

dereva wa basi

chauffeur di bus

dereva wa teksi

chauffeur di taxi

mvuvi

piscado

mwanamke wa kusafisha

hende cu ta haci cas limpi

mwezekaji

drechado di dak

mhudumu

waiter

mwindaji

jaagdo

mchoraji

verfdo

mwokaji

panadero

umeme

electricista

mjenzi

trahado den construccion

mhandisi

ingeniero

mchinjaji

carnicero

fundi bomba

loodgieter

mwanaposta

partido di carta

mwanajeshi

solda

msanifu majengo

arkitecto

keshia

cahero

muuza maua

florista

msusi

pelukero / pelukera

kondakta

controlado di ticket

mekanika

mecanico

nahodha

capitan

daktari wa meno

dentista

mwanasayansi

cientifico

rabbi

rabbi

imamu

imam

mtawa

monk

kasisi

pastor

zana
herment

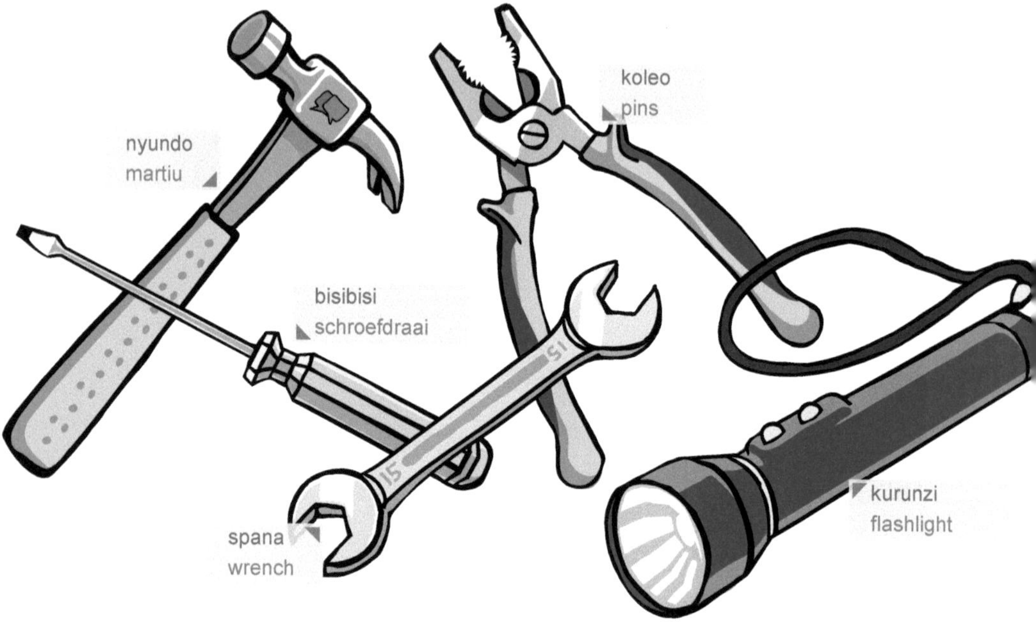
nyundo
martiu
koleo
pins
bisibisi
schroefdraai
spana
wrench
kurunzi
flashlight

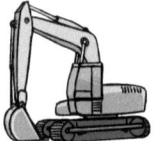

mchimbaji
bulldozer

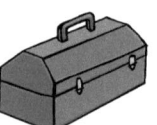

sanduku la vifaa
caha di herment

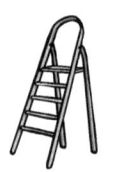

ngazi
trapi

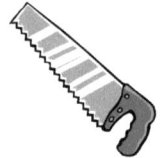

msumeno
zaag

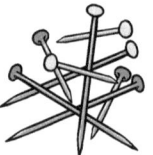

misumari
clabo

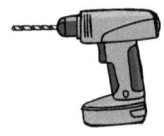

kuchimba visima
boormashin

kukarabati

drecha

sepetu

shobel

Lo!

caraho!

kishikio cha uchafu

scop

chungu cha rangi

bleki di verf

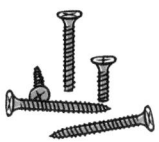

skurubu

schroef

ala za muziki

instrumento musical

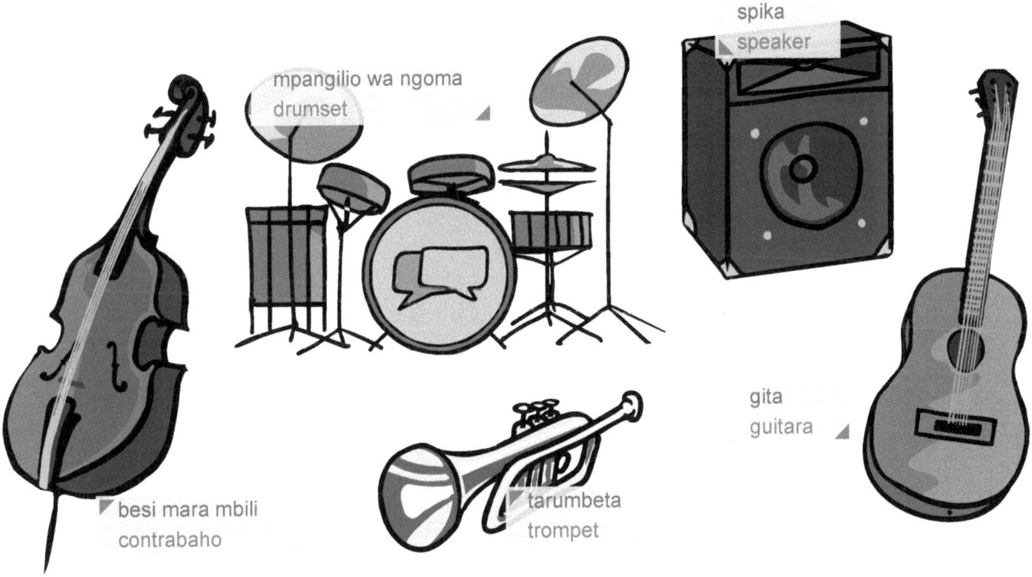

mpangilio wa ngoma
drumset

spika
speaker

gita
guitara

besi mara mbili
contrabaho

tarumbeta
trompet

piano
piano

fidla
fio

ubeji
baho

timpani
timbal

ngoma
tambu

kibodi
keyboard

saksafoni
saxofon

filimbi
fluit

maikrofoni
microfon

bustani ya wanyama

parke di bestia

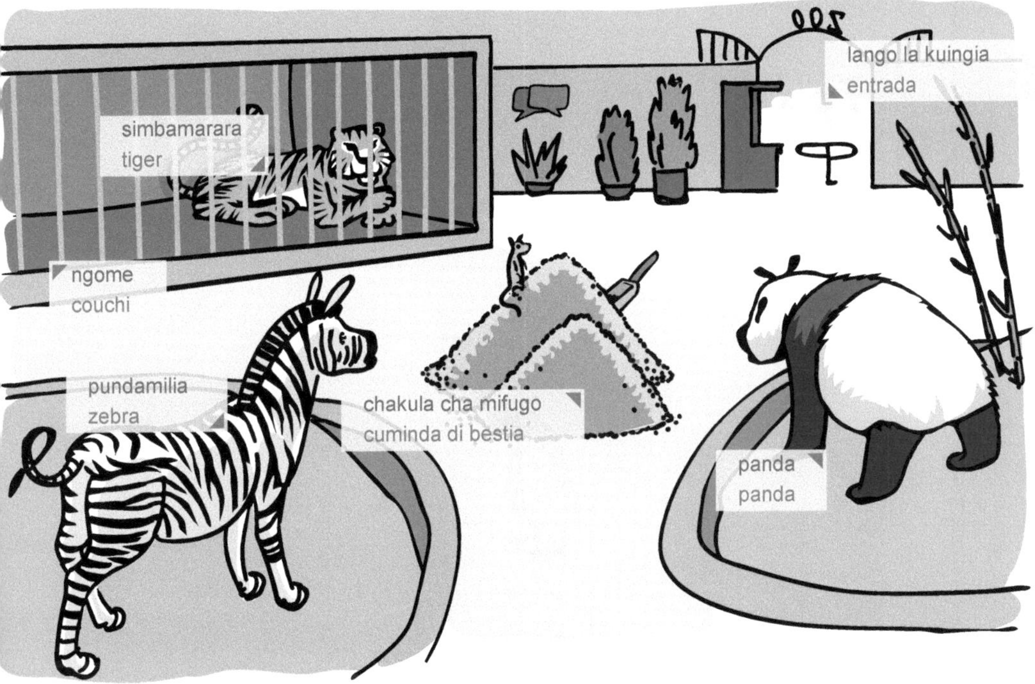
lango la kuingia
entrada
simbamarara
tiger
ngome
couchi
pundamilia
zebra
chakula cha mifugo
cuminda di bestia
panda
panda

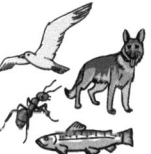

wanyama

animal

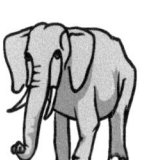

tembo

olifante

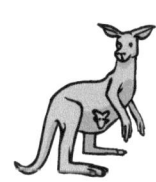

kangaruu

cangaru

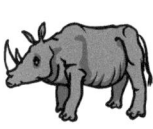

kifaru

neushoorn

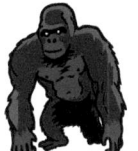

sokwe

gorila

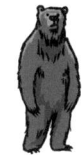

dubu

beer

ngamia

camel

mbuni

avestruz

simba

leon

tumbili

macaco

heroe

flamingo

kasuku

lora

dubu

beer polar

penguini

pinguin

papa

tribon

tausi

pauwies

nyoka

colebra

mamba

caiman

mtunza wanyama

cuidado di bestia

muhuri

cacho di awa

jaguar

jaguar

mwanafarasi

pony

chui

leopardo

kiboko

hipopotamo

twiga

giraf

tai

aguila

nguruwe mwitu

porco di mondi

samaki

pisca

kobe

turtuga

sili

walrus

mbweha

vos

paa

gazelle

soka ya marekani
futbol Americano

uendeshaji baiskeli
ciclismo

tenisi
tennis

mpira wa kikapu
basketball

kuogelea
landamento

ndondi
boxeo

magongo ya barafuni
ice hockey

soka
futbol

vinyoya
badminton

riadha
atletismo

mpira wa mikono
handbal

skii
ski

polo
polo

shughuli
actividad

cheka
hari
kuruka
bula
kumbatia
brasa
kutembea
cana
kuimba
canta
ota ndoto
soña
kuomba
resa
busu
sunchi

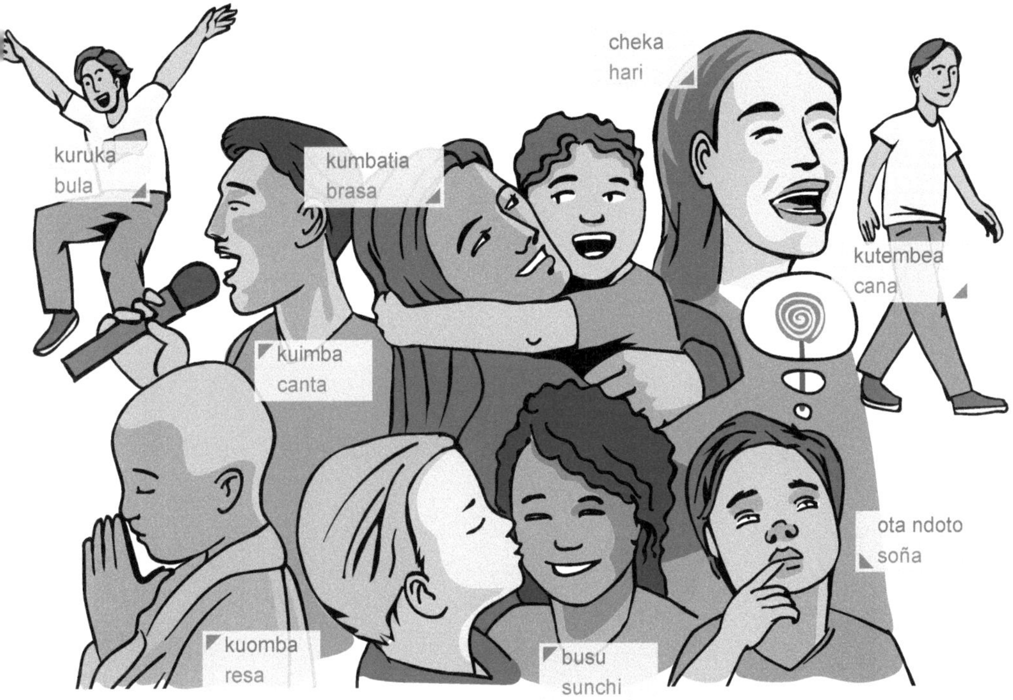

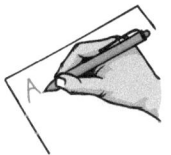

kuandika
skirbi

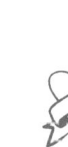

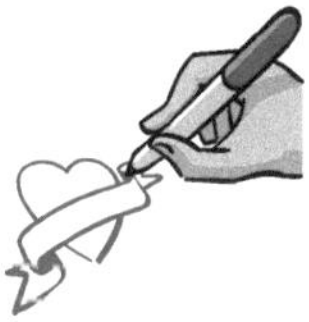

kuteka
pinta

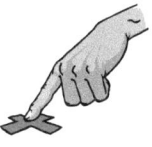

angalia
mustra

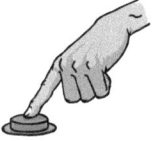

sukuma
primi

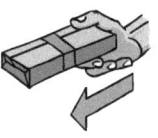

kutoa
duna

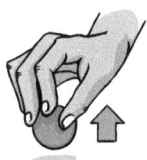

kuchukua
coy

kuwa
tin

fanya
haci

kuwa
ta

kusimama
para

kukimbia
core

vuta
ranca

kutupa
tira

kuanguka
cay

hadaa
drumi

kusubiri
warda

kubeba
carga

kukaa
sinta

vaa nguo
bisti

usingizi
drumi

kuamka
lanta fo'i soño

kuangalia

mira

lia

yora

kiharusi

caricia

chana nywele

peña

ongea

papia

kuelewa

compronde

kuuliza

puntra

kusikiliza

scucha

kunywa

bebe

kula

come

nadhifisha

ruim op

upendo

stima

mpishi

cushna

gari

bai

kuruka

bula

shughuli - actividad

meli
zeilo

kokotoa
conta

kusoma
lesa

kujifunza
siña

kazi
traha

kuoa
casa

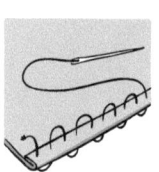

kushona
cose

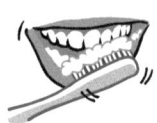

piga mswaki
skeiro djente

kuua
mata

moshi
huma

kutuma
manda

bibi
wela

babu
welo

baba
tata

mama
mama

mtoto
baby

binti
yiu muhe

bin
yiu homber

mgeni

huesped

shangazi

tanta

mjomba

omo

kaka

ruman homber

dada

ruman muhe

mwili

curpa

paji la uso
frenta
jicho
wowo
bega
schouder
kidole
dede
uso
cara
kidevu
cachete
mkono
man
matiti
pecho
mguu
pia
mkono
brasa

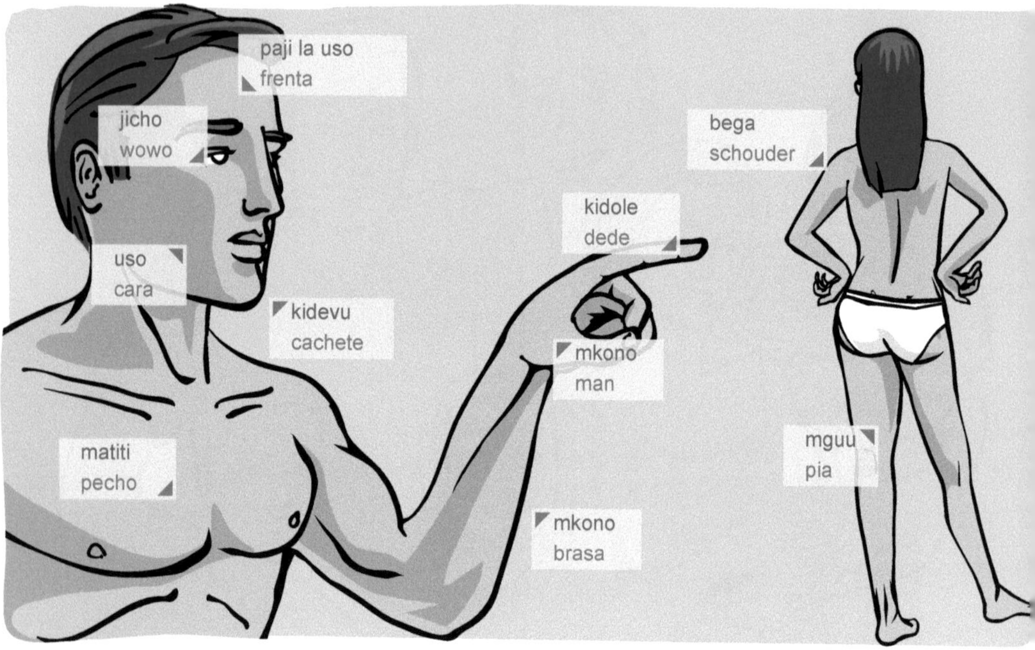

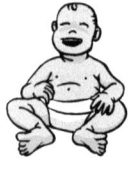

mtoto

baby

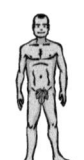

mwanamume

homber

mwanamke

muhe

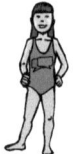

msichana

mucha muhe

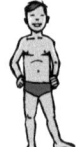

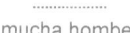

mvulana

mucha homber

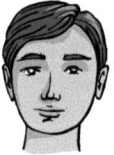

kichwa

cabes

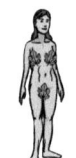

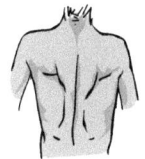

nyuma
....
lomba

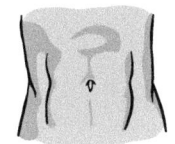

tumbo
....
bariga

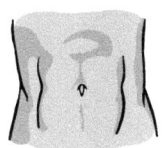

kitovu
....
lombrishi

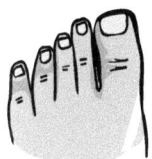

chano
....
dede di pia

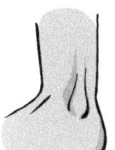

kisigino
....
hilchi

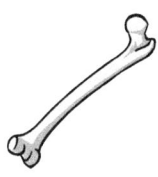

mfupa
....
weso

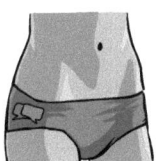

nyonga
....
heup

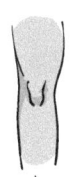

goti
....
rudia

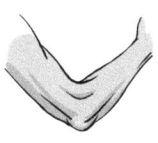

kiwiko
....
elleboog

pua
....
nanishi

chini
....
chanchan

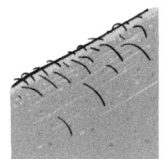

ngozi
....
cuero

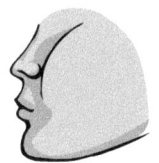

shavu
....
wang

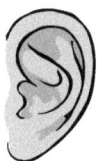

sikio
....
horea

mdomo
....
lip

kinywa

boca

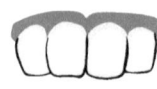

jino

djente

ulimi

lenga

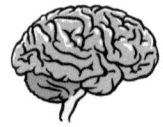

ubongo

celebro

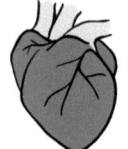

moyo

curason

misuli

musculo

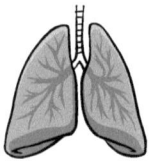

pafu

pulmon

ini

higra

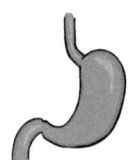

tumbo

stoma

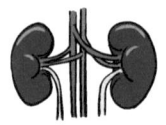

figo

nier

jinsia

sex

kondomu

condon

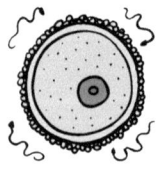

ovari

ovulo

shahawa

sperma

mimba

embaraso

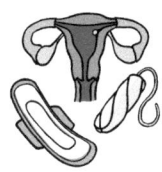

hedhi
menstruacion

uke
vagina

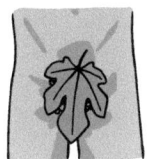

uume
penis

unyusi
wenkbrauw

nywele
cabey

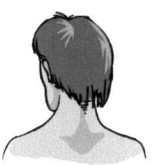

shingo
nek

hospitali
hospital

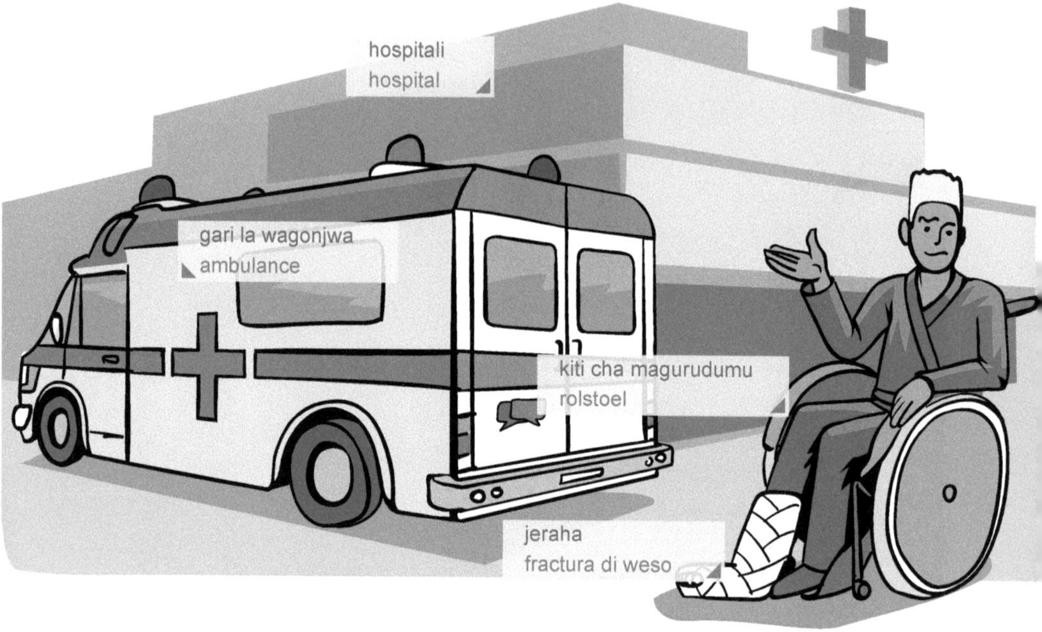

hospitali
hospital
gari la wagonjwa
ambulance
kiti cha magurudumu
rolstoel
jeraha
fractura di weso

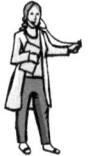

daktari

dokter

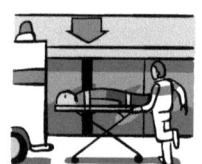

chumba cha dharura

EHBO (prome asistencia/eerste hulp)

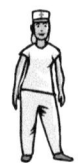

muuguzi

nurse

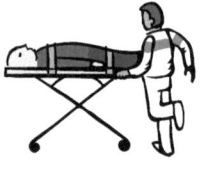

dharura

caso di emergencia

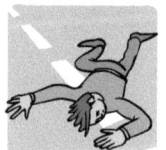

kupoteza fahamu

fo'i tino

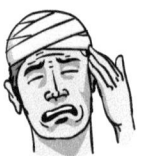

maumivu

dolor

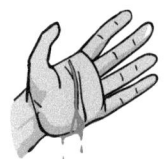

kuumia

lesion

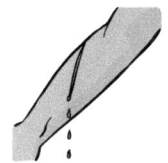

kutokwa na damu

sangramento

mshtuko wa moyo

ataca di curason

kiharusi

ataca celebral

mzio

alergia

kikohozi

tosa

homa

keintura

mafua

griep

kuharisha

diarea

maumivu ya kichwa

dolor di cabes

kansa

cancer

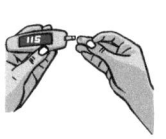

ugonjwa wa kisukari

diabetes

daktari mpasuaji

ciruhano

kisu kidogo cha kupasulia

scalpel

operesheni

operacion

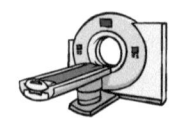

picha changanufu ya mwili

CT

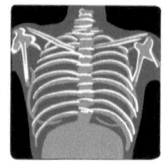

Eksrei

x-ray

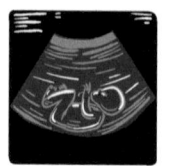

mawimbi sauti

echo

barakoa ya uso

masker contra stof

ugonjwa

malesa

chumba cha kusubiri

sala di espera

mkongojo

kruk

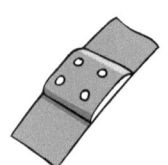

plasta

pleister

bendeji

verband

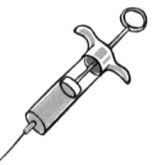

sindano

inyeccion

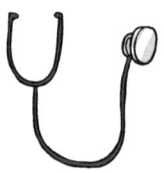

stetoskopu

stetoscop

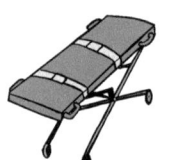

machela

brancard

kipimajoto cha kliniki

thermometer

kuzaliwa

nacemento

unene kupita kiasi

sobrepeso

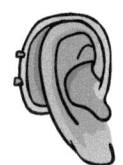

kusikia misaada

aparato pa oido

kipukusi

desinfectante

maambukizi

infeccion

virusi

virus

VVU / UKIMWI

HIV / AIDS

dawa

remedi

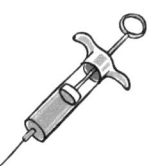

chanjo

vacuna

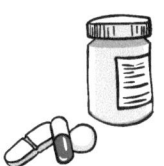

vidonge

pilder

kidonge

pilder

simu ya dharura

yamada di emergencia

haemodainamometa

aparato pa midi presion

mgonjwa / mwenye afya

malo / saludabel

Msaada!

auxilio!

kengele

alarma

pigo

atraco

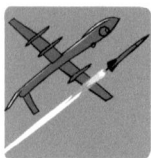

shambulizi

atake

hatari

peliger

lango la dharura

salida di emergencia

Moto!

candela

kizima moto

brandspuit

ajali

desgracia

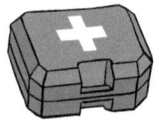

vifaa vya huduma ya kwanza

caha di prome asistencia

wito wa msaada

SOS

polisi

polis

Ulaya

Europa

Amerika ya Kaskazini

Noord America

Amerika ya Kusini

Sur America

Afrika

Africa

Asia

Asia

Australia

Australia

Atlantiki

Oceano Atlantico

Pasifiki

Oceano Pacifico

Bahari ya Hindi

Oceano Indio

Bahari ya Antaktiki

Oceano Antartico

Bahari ya Aktiki

Oceano Artico

Ncha ya Kaskazini

Noordpool

Ncha ya Kusini

Zuidpool

Antaktika

Antartica

dunia

mundo

nchi

tera

bahari

lama

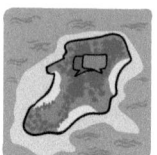

kisiwa

isla

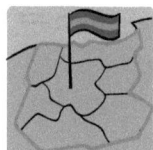

taifa

nacion

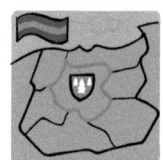

jimbo

estado

uso wa saa

holoshi analog

akrabu ya saa

wijzer chikito

akrabu ya dakika

wijzer grandi

akrabu ya sekunde

wijzer di seconde

Ni saa ngapi?

Cuant'or tin?

siku

dia

wakati

tempo

sasa

awor

saa ya dijitali

holoshi digital

dakika

minuut

saa

ora

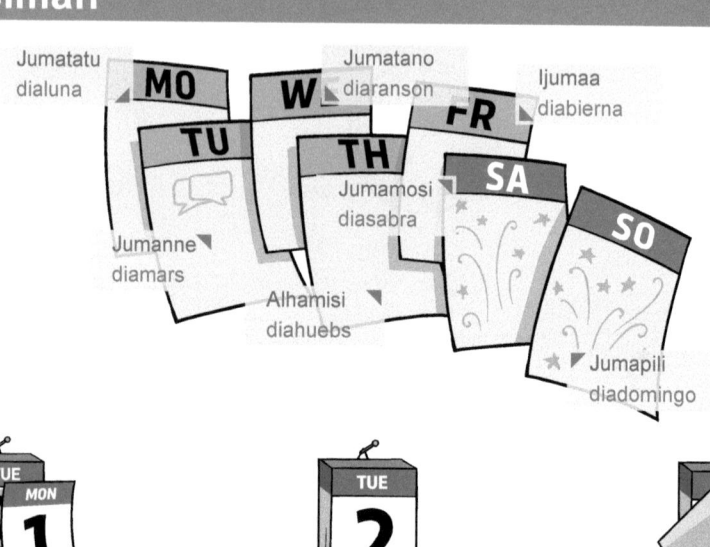

Jumatatu dialuna — MO
Jumatano diaranson — W
Ijumaa diabierna — FR
TU
TH
Jumamosi diasabra — SA
SO
Jumanne diamars
Alhamisi diahuebs
Jumapili diadomingo

jana
ayera

leo
awe

kesho
mañan

asubuhi
mainta

saa sita mchana
merdia

jioni
anochi

siku za biashara
dia di trabou

mwishoni mwa wiki
weekend

mvua
awacero

upinde wa mvua
arco iris

theluji
sneeuw

upepo
biento

majira ya machipuko
lente

kiangazi
zomer

vuli
herfst

majira ya baridi
winter

4.APRIL	11°	
5.APRIL	4°	
6.APRIL	13°	
7.APRIL	8°	
8.APRIL	10°	

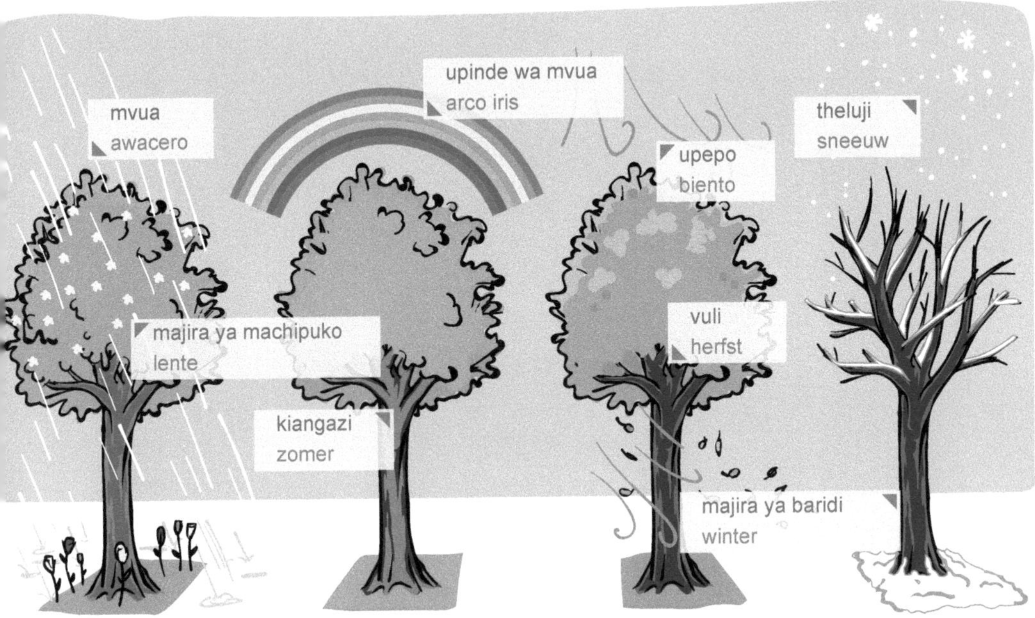

utabiri wa hali ya hewa

pronostico di tempo

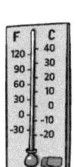

F C
120 40
90 30
60 20
30 10
0 0
-30 -10
-20

kipimajoto

thermometer

mwanga wa jua

solo ta briya

wingu

nubia

ukungu

neblina

unyevu

humedad

umeme

lamper

radi

strena

dhoruba

mal tempo

mvua ya mawe

hagel

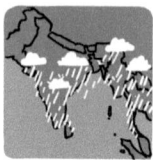

monsuni

mal tempo

mafuriko

inundacion

barafu

ijs

Januari

januari

Februari

februari

Machi

maart

Aprili

april

Mei

mei

Juni

juni

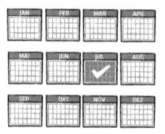

Julai

juli

Agosti

augustus

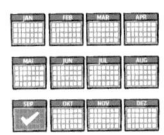

Septemba

september

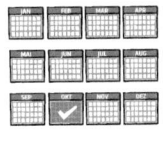

Oktoba

october

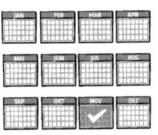

Novemba

november

Desemba

december

maumbo
forma

mduara

circulo

mraba

cuadra

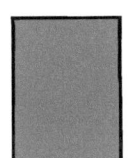

mstatili

rectangulo

pembetatu

triangulo

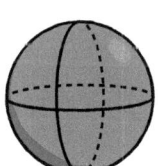

nyanja

bol

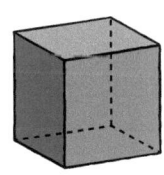

mchemraba

kubus

nyeupe

blanco

manjano

geel

chungwa

oraño

rangi ya waridi

ros

nyekundu

cora

hudhurungi

biña

bluu

blauw

kijani

berde

hanja

bruin

jivujivu

shinishi

nyeusi

preto

mengi / kidogo

hopi / tiki

hasira / pole

rabia / trankil

nzuri / mbaya

bunita / mahos

mwanzo / mwisho

comienso / final

kubwa / ndogo

grandi / chikito

angavu / giza

cla / scur

kaka / dada

ruman homber / ruman
muhe

safi / chafu

limpi / sushi

kamilika / tokamilika

completo / incompleto

siku / usiku

dia / anochi

wafu / hai

morto / bibo

pana / nyembamba

hancho / smal

kulika / kutolika

comibel / incomibel

ovu / ema

mal hende / bon hende

sisimkwa / udhika

ansioso / ferfela bo mes

nene / nyembamba

gordo / flaco

kwanza / mwisho

prome / ultimo

rafiki / adui

amigo / enemigo

jaa / tupu

yen / bashi

ngumu / laini

duro / moli

nzito / nyepesi

pisa / lihe

njaa / kiu

hamber / sed

mgonjwa / mwenye afya

malo / saludabel

haramu / kisheria

ilegal / legal

akili / kijinga

inteligente / sabi

kushoto / kulia

robes / drechi

karibu / mbali

cerca / leu

mpya / kutumika

nobo / uza

kitu / jambo

nada / algo

zee / changa

bieu / jong

waka / zima

cendi / paga

wazi / fungwa

habri / cera

utulivu / kelele

keto / duro

tajiri / masikini

rico / pober

sahihi / kosa

bon / fout

mbaya / laini

grof / liso

huzunika / furahia

tristo / contento

fupi /ndcfu

cortico / largo

polepole / haraka

pocopoco / lihe

nyevu / kavu

muha / seco

joto / baridi

cayente / friu

vita / amani

guera / paz

0

sufuri

cero

1

moja

un

2

mbili

dos

3

tatu

tres

4

nne

cuater

5

tano

cinco

6

sita

seis

7

saba

shete

8

nane

ocho

9

tisa

nuebe

10

kumi

dies

11

kumi na moja

diesun

12

kumi na mbili

diesdos

13

kumi na tatu

diestres

14

kumi na nne

diescuatro

15

kumi na tano

diescinco

16

kumi na sita

diesseis

17

kumi na saba

diesshete

18

kumi na nane

diesocho

19

kumi na tisa

diesnuebe

20

ishirini

binti

100

mia

shen

1.000

elʃu

mil

1.000.000

milioni

miyon

Kiingereza

Ingles

Kiingereza cha Marekani

Ingles Mericano

Kimandarini cha Uchina

Chines Mandarin

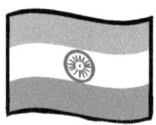

Kihindi

Hindi

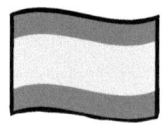

Kihispania

Spaño

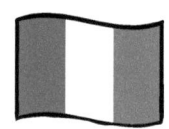

Kifaransa

Frances

Kiarabu

Arabe

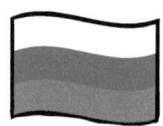

Kirusi

Ruso

Kireno

Portugues

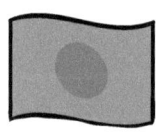

Kibengali

Bengal

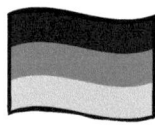

Kijerumani

Aleman

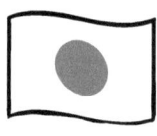

Kijapani

Hapones

mimi

ami

wewe

abo

yeye / yeye / ni

e

sisi

nos

wewe

boso

wao

nan

nani?

ken?

nini?

kico?

jinsi gani?

con?

wapi?

unda?

lini?

ki ora?

jina

nomber

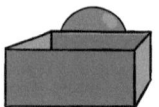

nyuma

patras

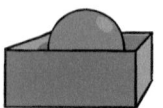

katika

den

mbele ya

dilanti di

juu ya

ariba

kwenye

riba

chini ya

bou di

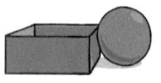

kando

banda di

kati

entre

mahali

luga